தமிழ் நூல்களில் பௌத்தம்

திரு. வி. கலியாணசுந்தரனார்

Title: Tamil Noolgalil Boutham

Author: Thiru. V. Kalyanasundaram

Language: Tamil

First Published on: 1952

Year of Publication: 2025

Book Format: Paperback

*Page Size: 6inch * 9inch*

Category: Religious

Subject: Religious Essays

No. of pages: 38

ISBN: 978-81-689661-3-0

Published by: Nilan Publishers, Madurai, Tamilnadu, India

பொருளடக்கம்

முன்னுரை

மனிதன் விலங்கினின்றுந் தோன்றினவன். அவனை விலங்கினின்றும் பிரிப்பது சமயம். விலங்கு+சமயம் = மனிதன். எனவே, மனிதனுக்குச் சமயம் இன்றியமையாதது.

அச்சமயம் ஒன்றா? பலவா? மெய்யறிவு விளங்கப் பெற்றவர்க்கும், அவ்வறிவுண்மையைக் கலையறிவால் உணர்ந்து, அதைக் குறிக்கொண்டு நிற்பவர்க்குஞ் சமயம் ஒன்றே. மெய்யறிவு விளக்கமாதல் நாட்டமாதல் பெறாதார்க்குச் சமயம் பலவாகவே தோன்றும். மெய்யறிவல்லாத பிறவறிவுகொண்டு, பொருளுண் மையை ஆராய்வோர்க்கு, அவ்வுண்மை, அவரவர் அறிவாற்றலுக் கேற்ற அளவில், இன்றைக்கொரு விதமாகவும், நாளைக்கொரு விதமாகவும் விளங்கும். அவர்கள் நிலைத்த முழு உண்மையை உணராமையான், அவர்கட்குப் பல சமய உணர்வு பிறக்கிறது. மெய்யறிவு விளங்கப் பெற்றதும் அப்பன்மை உணர்வு பொன்றும்.

உலகில் நானாபக்கங்களிலுந் தோன்றி உண்மை ஞானத்தை அறிவுறுத்திய சமய குரவர்கள் பலரும் மெய்யறிவு பெற்றவர்கள் அல்லவோ? அவர்கள் அறிவுறுத்திய சமயக் கொள்கைகள் ஒன்றோ டொன்று முரண்பட்டுப் பன்மை உணர் விற்கு நிலைக்களனாக நிற்றற்குக் காரணம் என்னை? என்று சிலர் வினவலாம். சமய குரவர்கள் அனைவரும் அறிவுறுத்திய உண்மை ஒன்றே. ஆனால் அவ்வுண்மைப் பேற்றிற்குரிய முறை களில் வேற்றுமை உண்டு. அடிப்படையான உண்மையையும், முறைப்பாட்டையும் ஒன்றெனக் கொண்டு பலர் வாதம் புரிகிறார். அவ்வாதப் போர் ஈண்டு எற்றுக்கு?

உண்மை, என்றும் ஒரு பெற்றியா இலங்குவது. முறைப்பாடு கள் காலதேச வர்த்தமானத்தை யொட்டிக் கோலப்படுவன. அவைகளில் வேற்றுமை யிருத்தல் இயல்பு. அவைகள் மாறுந் தகையன. மாறத்தக்க முறைகளையே அடிப்படையான உண்மை யென்று கோடல் அறியாமை. இந்நுட்பம் விளங்கப்பெறு வோர்க்கு, உண்மையில் பன்மை உணர்வு தோன்றுதல் அரிது. விளக்கம், அடியேனால் எழுதப்பெற்ற மனித வாழ்க்கையுங் காந்தியடிகளும், சைவத்தின் சமரசம், முருகன் அல்லது அழகு, கடவுள் காட்சியும் தாயுமானாரும் என்னும் நூல்களிற் காண்க.

சமயம் ஒன்றே. முறைகள் பல. முறைகளிற் சிற்சில வேளை களில் மாசு படிவதுண்டு. அம்மாசைப் போக்கப் பெரியோர்கள் தோன்றுவது வழக்கம். நமது பாரத நாட்டிலும், சமயம் என்னும் உண்மை நெறிக்குரிய முறைகளில் திரிபு நேரும்போதெல்லாம், பெரியோர்கள் தோன்றித் திரிபைப் போக்கி முறைகளைச் செம்மை செய்தார்கள். அப்பெரியோருள் புத்தர் பெருமானும் ஒருவர்.

புத்தர் பெருமான் எந்நாளில் தோன்றினார்? உண்மையை உணர்த்தும் அறிவெனுங் கருவியை வேதம் என்னும் ஒரு நூலாகக் கொண்டும், உண்மையை விளங்கச் செய்யுந் தியாகத்துக் குரிய யக்ஞம் என்னும் யாகத்தைக் கொலைக்குழியாக்கியும், பிறப்பில் சகோதரர்களாகத் தோன்றிய மக்களுக்குள் உயர்வு தாழ்வு கற்பித்தும், உண்மைக்கு மாறுபட்ட இழிவுகள் இன்னோ ரன்ன பல நிகழ்த்தியுஞ் சமயத்துறைகட்குச் சிலர் சூழ்ந்த கேட்டால், மன்பதை இருளில் மூழ்கி இடுக்கணுற்ற வேளையில், புத்தரென்னும் பெருஞாயிறு தோன்றிற்று. அஞ்ஞாயிறு, அக்கால தேச வர்த்தமானத்துக்கேற்ற வழியில், அறமுறைகள் கோலி, உண்மைமீது படர்ந்திருந்த பனிப்படலத்தை நீக்கிற்று. சுருங்கக்கூறின், சீலம் என்பதன் வழிப் புத்தர் உலகைச் செம்மை செய்தார் என்று கூறலாம். அந்நாளில் சீலம் மறக்கப்பட்டமை யான், சீலம் வலியுறுத்தப்பட்டது.

பௌத்தம் பூதவாதமென்று சிலவிடங்களில் கருதப் படு கிறது. அது தவறு. பௌத்த நூல்களில் ஏதாவதொன்றைச் சிறிது பார்த்தவரும் இங்ஙனங் கூறார். இது குறித்து நூலினுள் சில உரை பகர்ந்துளேன்.

புத்தர், கடவுளைப்பற்றி ஒன்றுங் கூறாமையான், அவரை நாத்திகரெனச் சிலர் கருதுகிறார். புத்தர், அறமெனுங் கடவுளைச் சீலமெனும் வழிநின்று உணருமாறு அறிவுறுத்திப் போந்தார். கடவுளை வேதமென்னும் நூலாகவும், யாகமெனுங் கொலைக் குழியாகவும், சாதியெனுஞ் சாக்கடையாகவும் மன்பதை கொண்டதை மாற்றப் போந்த அறவோர் புத்தர் பெருமானாதலால், அவர் கடவுளை அறமென்றும், அதற்குரிய வழியைச் சீலமென்றும் அறிவுறுத்தினார்.

வேதம் யாகம் முதலியவற்றைத் திரித்துக் கேடு சூழ்ந்த பொல்லாத உலகம், புத்தருக்குப் பின்னைப் பௌத்த தர்மத்துக்குங் கேடு சூழ்ந்தது. பிற்றை ஞான்று பௌத்தம் பலப்பல வழியில் மாறுதலடைந்தது. ஜப்பானிலுள்ள பௌத்தத்துக்கும் இலங்கையிலுள்ள பௌத்தத்துக்கும் பெரும் வேற்றுமை உண்டு. புத்தர் பெருமான் போதனை இப்பொழுது பௌத்தரென்று சொல்லிக்கொள்ளும் பலரிடஞ் சாதனையில் இல்லை என்று சொல்லலாம். புத்தர் பெருமான் போதனை மட்டுமன்று, மற்றும் பல சமய குரவர் போதனைகளும் சாதனையிலில்லை என்றுங் கூறலாம்.

சமய குரவர்கள் சொல்வழி எப்பொழுதும் உலகம் நிற்ப தில்லை. சமய குரவர் உருவங்கட்கு மட்டும் வந்தனை வழிபாடுகள் நிகழ்த்தி, அவர்கள் அறிவுரைகளைக் குழிவெட்டிப் புதைப்பது உலகின் இயல்பாகிவிட்டது. சமயத்தவர் என்று சொல்லிக் கொள்ளும் பலரிடத்தும் இக்குறைபாடிருக்கிறது. இதற்குச் சமய குரவர்கள் என் செய்வார்கள்? சமயம் என் செய்யும்?

அறத்தில் பெரிதும் ஒற்றுமை வாய்ந்த சமண பௌத்தங் களே பின்னாளில் ஒன்றோடொன்று மலைந்து போரிடலாயின. பிற்காலத்திய சமண பௌத்தர்கள் போரைத் தங்கள் அளவிலாதல் நிறுத்திக்கொண்டார்களா? இல்லையே. அவர்கள் தங்களுக் குரிய அறவொழுக்கங்களையும் முற்றும் மறந்து, கடவுள் இன்மை என்பதில் மட்டுங் கருத்துச் செலுத்தி, மன்னர்களைத் தங்கள் வயப்படுத்தி, கடவுளுண்மையில் உறுதி யுடையாரைப் பல் லாற்றானுந் துன்புறுத்தினார்கள். கண்டு முட்டு; கேட்டு முட்டு என்பதுபோன்ற கொடிய வழக்கங்கள் அவர்கள் வாழ்வில் நுழைந்த ஒன்றை ஈண்டுக் குறித்தல் சாலும். சமண பௌத்தர்கள் என்று சொல்லப்பட்ட மக்கள் தங்களுக்குரிய சீலத்தை விடுத்துச் சினத்தைக் கொண்டார்கள் என்று கூறல் மிகையாகாது. இதற்குச் சமணம் என் செய்யும்? பௌத்தம் என் செய்யும்?

மழைநீர் வானத்தினின்றும் புறப்படும்போது எவ்வளவு தூய்மையதா யிருக்கிறது? அது நிலத்தில் வீழ்ந்த பின்னை அஃதடையும் நிலைகளை என்னென்று சொல்வது! இவ்வாறே, ஒவ்வொரு போழ்துஞ் சமயகுரவர்களின் போதனைகள் தோற்று வாயில் செம்மையாயிருக்கின்றன. அவைகள் மக்களிடைப் பரவும் போது, அவைகள் மீது பலதிற மாசுகள் படர்ந்துவிடு கின்றன. குறைபாடு யாண்டையது?

பிற்காலச் சமண பௌத்தர்கள், சீலங்கள் மீது கருத்திருத் தாது, கடவுள் உண்மை கூறுவோரை இடர்ப்படுத்துவதில் மட்டுங் கருத்துச் செலுத்தலானார்கள். நந் தமிழ்நாட்டைப் பொறுத்தவரை, திருவள்ளுவர், இளங்கோ அடிகள், சீத்தலைச் சாத்தனார் முதலியோர்க்குப் பின்னரே நாளடைவில் சமண பௌத்த அறநிலைகள் குலையலாயின என்று கூறலாம். திருவள்ளுவர் உள்ளிட்டார் காலத்தில் சமண பௌத்தங்கள் மக்களை அறவழியில் நிறுத்தி ஆண்டுவந்தன என்பதில் ஐயமில்லை. நாளடைவில் நிலை மாறிவிட்டது.

அறநெறியில் படர்ந்த மாசுகளைத் துடைத்துச் சீலத்தை வலியுறுத்தி யோம்பப் புத்தர் பெருமான் தோன்றியது போலக் கடவுளுண்மையை வலியுறுத்தப் பலவிடங்களில் பல சான்றோர்கள் தோன்றினார்கள். அவருள் திருஞான சம்பந்தரு மொருவர். இடபதேவர், மஹாவீரர், புத்தர், அசோகர், திருவள்ளுவர் முதலியோர் காலத்திய சமண பௌத்தங்களை நெஞ்சிற்கொண்டு, சிலர் திருஞான சம்பந்தர்மீது வீண்பழி சுமத்துகிறார். மேற்குறிப்பிட்ட பெரியோர்கள் காலத்தில் நிலவியவாறே சமண பௌத்தங்கள் நிலவி யிருப்பின், திருஞான சம்பந்தர் வருகைக்கே இடன் நேர்ந்திராது.

திருஞானசம்பந்தர், சமண பௌத்தங்களின் பெயரால் மக்களிடைப் படர்ந்த மாசுகளைக் கழுவப் போந்தாரே யன்றிச் சமண பௌத்தங்களையே வேரோடு கல்லப் போந்தாரில்லை. அவர் பாக்களிற்போந்துள்ள சமண பௌத்த மறுப்புரைகள், அவர் காலத்திய சமண பௌத்தங்களைக் குறிப்பன என்க. திருஞானசம்பந்தர் சமண பௌத்தங்களை அழிக்கப் போந்தவ ராயின், சமண் சாக்கியம் ஆக்கியவாறே என்று பாடியிரார். இத்திருவாக்கால் சமண பௌத்தமும் ஆண்டவனருளால் தோன்றியன என்னும் உண்மையன்றோ புலப்படுகிறது? கால நிலை, மக்கள் நிலை முதலியவற்றை உன்னி, காய்தல் உவத்தல் அகற்றி, ஆராய்ச்சித்துறை நண்ணுவதே அறிவுடைமை. இது காலத்துக்குரிய ஒன்றாகலின், இதை ஈண்டுக் குறிப்பிடலானேன்.

பெயரளவில் சமயங்கள் பலவாயிருப்பினும், அவைகளின் உள்ளூறை ஒன்றையே குறிக்கொண்டு நிற்றலான், எச் சமயத்தை யும் அழிக்க எவ்வறிஞரும் முற்படார். மனித வாழ்விற்கு இன்றி யமையாத சமயம் என்னும் ஒன்றைக் காக்கவே பெரியோர்கள் தோன்றுகிறார்கள். அவர்கள் அதை அழிக்க முந்துவார்களோ?

பெரியோர்கள் கோலும் முறைப்பாடுகளில் வேற்றுமை யிருத்தல் உண்மை. அம்முறைப்பாடுகள் காலதேச வர்த்தமானத்தை யொட்டிக் கோலப்படுவன வாகலான்,

அவைகளில் வேற்றுமை யிருந்தே தீரும். அவ்வேற்றுமைக்கும் முதலென்னும் உண்மைக்கும் எவ்விதத் தொடர்புமில்லை.

சமயகுரவர் என்று சொல்லப்படும் அனைவரும் அண்ணன் தம்பிமார்போல் எனக்குத் தோன்றுகிறார். அவர்களிடைப் பகைமை யிருந்ததாகக் கருதும் மனம் எனக்குறவில்லை. எனது அநுபவத்தை உலகிற்குச் சொல்கிறேன். ஏதாயினும் வேற்றுமை காணப்படின், அதைக் காலதேச வர்த்தமானத்தின் பாற்படுத்தி, ஒதுக்கி, ஒற்றுமையை மட்டுங் கொண்டு, உய்யுநெறி காணல் வேண்டுமென்று இயற்கை அன்னை எனக்கு அறிவுறுத்துகிறாள்.

ஒன்றே குலமும் ஒருவனே தேவனும் என்று திருமூலர் அருளிய ஒருமை வழியே எனக்குரிய வழி. எனது சமயம் சமரச சன்மார்க்கம். உலகிலுள்ள சமயம் ஒவ்வொன்றும் இச்சமரச சன்மார்க்கத்தையே அறிவுறுத்துகிறதென்பது எனது கொள்கை. ஆகவே, யான் எச்சமயத்தையும் போற்றுவேன்; எச்சமயக் கூட்டத்துக்குஞ் செல்வேன். எனக்குச் சமய வேற்றுமை யென்பது கிடையாது. எச்சமயப் பெயராலாதல் சன்மார்க்கத் தொண்டு நிகழல் வேண்டுமென்பது எனது உட்கிடக்கை.

இக்கொள்கையுடையஅடியேனைத் தென்னிந்திய பௌத்த சங்கச் சார்பாகச் சென்னைச் சிந்தாதிரிப்பேட்டை ஹைகூல் நிலையத்தில் 1928வருடம் ஏப்ரல் மாதம் 6ஆம்நாள், அறிஞர் லட்சுமிநரசு நாயுடு அவர்கள் தலைமையின் கீழ்க் கூடிய தென்னிந்திய பௌத்த மகாநாட்டில், தமிழ் நூல்களில் பௌத்தம் என்னும் பொருள்பற்றிப் பேசுமாறு, அச்சங்கத்தார் பணித்தார். அப்பணி மேற்கொண்டு, ஆண்டுப் போந்து, அடியேன் நிகழ்த்திய விரிவுரையே இந்நூலின் உள்ளுறை.

தமிழ் நூல்களில் பௌத்தம் என்னும் பொருள் ஒரு மணி காலப் பேச்சில் அடங்குவதன்று. அஃது ஒரு விரிந்த நூலுக் குரிய பொருள். அதை எங்ஙனம் ஒருமணி நேரத்துள்

அடக்குவது? அவ்வொரு மணி நேரத்தில் குறித்துப் பேச எண்ணிய சில பொருளுள்ளுஞ் சில விடுபட்டன. அவைகளுள் இன்றியமைத இரண்டொன்றை இம்முன்னுரையில் பொறித்துள்ளேன். இது கருதியே முன்னுரை சிறிது விரிவாக எழுதப்பட்டது.

சொற்பொழிவு நூல்வடிவம் பெற்றமையான், அதற்குரிய சிற்சில மாறுதல்கள் செய்யப்பட்டன. புது மாறுதலொன்றும் பெரிதுஞ் செய்யப்படவில்லை. இந்நூலால் சமரச சன்மார்க்க உணர்வு நாட்டிடைப் பரவுதல் வேண்டுமென்பது எனது வேட்கை.

இராயப்பேட்டை
சென்னை
16. 2. 1929

திரு. வி. கலியாணசுந்தரன்

தோற்றுவாய்

தலைவர் அவர்களே!

சகோதரிகளே! சகோதரர்களே!

இப்பொழுது உங்கள் முன்னிலையில் பேச எடுத்துக் கொண்ட பொருள் தமிழ்நூல்களில் பௌத்தம் என்பது. ஈண் டொரு சமயக் கணக்கனாக நின்று கடனாற்றப் புகுகின்றே னில்லை; ஓர் ஆராய்ச்சிக்காரனாக நின்றே கடனாற்றப் புகுகிறேன். விரிந்த இப்பொருள் பற்றி ஒரு மணி நேரத்துக்குள் ஒழுங்குபெறப் பேசி முடித்தல் அரிது என்று உங்களுக்கு நான் சொல்ல வேண்டுவதில்லை. குறித்த காலத்துக்குள் எவ்வெப் பொருளைத் தொடுத்தும் விடுத்துஞ் செல்லவேண்டுமென்று எனது சிற்றறிவு உந்துகிறதோ, அவ்வழி நின்று, அவ்வப் பொருளைத் தொடுத்தும் விடுத்துஞ் செல்வேன்.

நூன் முறைப்பாடு

முதலாவது நூல்களை ஒருவாறு முறைப்படுத்தி எடுத்த பொருளுக்கு ஓர் எல்லை கோலிக்கொள்வது நலன் என்று தோன்றுகிறது.

1. தொல்காப்பியம்.

2. பத்துப்பாட்டு, எட்டுத்தொகை, பதினெண் கீழ்க்கணக்கு.

3. ஐம்பெருங் காப்பியம்.

4. திருமுறைகள்.

5. கம்பராமாயணம்.

6. புராணங்கள்.

7. பிற்பட்ட நூல்கள்.

இக்கூறுபாடு காலமுறையைப் பெரும்பான்மை தழுவியும், சிறுபான்மை தழுவாமலுஞ் செய்யப்பட்டதென்க.

1. தொல்காப்பியம்

பழந்தமிழர்

தமிழ் மொழியில் இப்பொழுது கிடைத்துள்ள பழைய நூல்களுள் மிகத் தொன்மையது தொல்காப்பியம். தொல் காப்பியக் காலம் தூய பழந்தமிழ்க் காலமென்று சொல்ல முடியாது. அந்நூற் கண் ஆரியக் கலப்புஞ் சிறிது உண்டு. ஆனால் அந்நூல் பழந்தமிழர் வழக்க ஒழுக்கங்களையே பெரிதும் அறிவுறுத்துகிறது. தொல்காப்பியத்தைக்கொண்டு தூய பழந் தமிழர் வழக்க ஒழுக்கங்களை ஒருவாறு ஊகித்துக் கொள்ள லாம்.

காலம்

தொல்காப்பியக் காலம் பலரால் பலவாறு கணிக்கப் பட்டிருக்கிறது. அக்காலத்தைப் பற்றிய கருத்து வேற்றுமைகள் பல உண்டு. இதுகாறும் ஆராய்ச்சிக்காரரர் கண்ட முடிபுகளை நோக் குழித் தொல்காப்பியக் காலம் இற்றைக்கு மூவாயிரம் ஆண்டு களுக்கு முன்னையதா யிருத்தல் வேண்டும் என்று அறுதியிட்டுக் கூற இடம்பெறுகிறது. தொல்காப்பியம் மூவாயிரம் ஆண்டு களுக்குப் பிறபட்டது என்று ஆராய்ச்சித்துறையில் கைபோய அறிஞர் எவருங் கூறியிருக்கின்றனர் என்று தெரியவில்லை. எனவே தொல்காப்பியம் புத்தர் பெருமானார் இவ்வுலகிடைப் பிறப்பதற்கு முன்னரே தோன்றிய ஒரு நூல் என்பது கவனிக்கத் தக்கது.

தமிழ் நாட்டெல்லை

தொல்காப்பியப் பாயிரத்தில் தமிழ்நாட்டின் எல்லை குறிக்கப்பட்டிருக்கிறது. தமிழ்நாட்டின் வட எல்லை வேங்கடம் என்று அப் பாயிரங் கூறுகிறது. தமிழ் நாட்டின் தெற்கு வரம்பைப் பற்றி ஈண்டுக் கருதவேண்டுவதில்லை. ஈண்டு வேண்டற்பாலது வடக்கு வரம்பு ஒன்றே. வேறு பல சான்று களான் தமிழகத்தின் வட எல்லை விந்தியம் என்றுந் தெரிகிறது. தமிழகத்தின் அவ்வெல்லையை இமயம்வரை என்று சொல்வோருமுளர்.

ருக் வேதம்

ஆரியமக்கள் இந்தியா புகுமுன்னரே இந்தியாவில் நாகரிகத்திற் சிறந்த மக்கள் வதிந்தார்கள் என்பது ருக் வேதத்தால் அறியக் கிடக்கிறது. அம்மக்கள் பழந்தமிழ் மக்கள் என்று சில ஆராய்ச்சிக்காரர் கூறுப. பழந்தமிழ் மக்கள் எங்கு வாழ்ந்தவர் களாயினுமாக. அதைப்பற்றிய விரிந்த ஆராய்ச்சி ஈண்டு எற்றுக்கு? ஈண்டு நமது ஆராய்ச்சிக்குச் சிறப்பாக ஒன்று தேவை. அஃதென்னை? அது, பழந்தமிழ் மக்களின் (அதாவது புத்தர் பெருமானார்க்கு முன்னர் இருந்த தமிழ் மக்களின்) சமயநிலை என்னை என்பதே. இதுகுறித்தே ஈண்டு முதலில் தொல்காப்பியம் எடுத்துக் கொள்ளப்பட்டது.

தொல்காப்பியத்துள் போந்துள்ள மக்களின் வாழ்வுத் துறைகளினின்றும், அம்மக்களின் சமய நிலையை அளந்துகூறப் பல சான்றுகளில்லை; சிற்சில குறிப்புக்களே இருக்கின்றன. அவைகளில் இரண்டொன்றை உங்கள் முன் கிளத்துகிறேன்.

கடவுள்

தொல்காப்பியனார் நூல் யாக்கப் புகுந்த போது தொடக்கத் தில் கடவுள் வாழ்த்துக் கூறினாரில்லை. அந்நாளில் அவ்வழக்கம் இல்லை போலும். நூலினுள்ளே மட்டும் நிலக் கடவுளர் பெயர்கள் சொல்லப்பட்டிருக்கின்றன. நால்வகை

நிலங்கட்கெனக் கடவுள்கள் குறிக்கப்பட்டிருப்பதுபோல, அந்நிலங்கட்கென மரம், பூ, புள் விலங்கு முதலியனவுங் குறிக்கப்பட்டிருக்கின்றன. இப் பாகுபாடுகள் நிலங்களின் இயற்கைக் கேற்றவண்ணம் அமைந்திருப்பன. அவ் வமைப்பைத் தொல்காப்பியனார் தெருட்டி யிருக்கிறார். கடவுள் பெயர்களும் நிலங்களின் இயல்புக்கேற்றவாறு அமைந்திருத்தல் வேண்டும்.

இயற்கையழகே கடவுள்

பழந்தமிழர்கள் இயற்கை அழகையே உயர்ந்த பொருளாக அதாவது கடவுளாகக்கொண்டு வாழ்ந்தார்கள். அவர்கள் மலைமீது வாழ்ந்தபோது அவர்கள் உள்ளத்தைக் காலையிலும் மாலையிலும் ஞாயிற்றின் செம்மையும், வானத்திற் படருஞ் செம்மையும், பிற செம்மையுங் கவர்ந்தன. அச் செவ்விய இயற்கையழகை அவர்கள் சேய் என்று போற்றினார்கள். அம் மக்கள் தங்கள் கண்ணுக்குப் பச்சைப் பசேலெனக் காட்சி வழங்கிய காட்டின் இயற்கை யழகை மால் என்று வழுத்தி னார்கள். அவர்கள் மருதநிலத்தில் குடி புகுந்த போது, அங்கே பெரிதும் தங்கள் இனமாகிய மக்கள் கூட்டத்துடன் நெருங்கி நெருங்கிப் பழக நேர்ந்தமையான், மக்கள் மாட்டொளிரும் இறைமை என்னும் இயற்கை அழகைக் கண்டு அதை வேந்து என்று கொண்டார்கள். அவர்கள் கடற்கரை நண்ணிய போது கடலின் இயற்கையழகை வண்ணம் என்றார்கள். பழந்தமிழ் மக்கள் அவ்வந்நில இயற்கை அழகுக்கிட்ட பெயர்களே சேய் மால் வேந்து வண்ணம் என்பன. இவை யாவும் இயற்கை அழகெனும் ஒன்றையே குறிப்பனவாம். இதுகுறித்து முருகன் அல்லது அழகு என்னும் நூலில் சிறிது விரித்துக் கூறியிருக் கிறேன்.

இவ்வியற்கை அழகுப் பெயர்கள் தொல்காப்பியனார் காலத் திலேயே அன் விகுதி பெறலாயின. பின்னை நாளடைவில் இப்பெயர்கள் பிரிவுபட்ட கடவுளராகச் சமய வாதிகளால் கொள்ளப்பட்டன. பழந் தமிழ் மக்கள் கொண்ட கடவுள், இயற்கை அழகு என்பதை மட்டும் நாம் மறத்தலாகாது.

கந்தழி

கந்தழி என்னும் மற்றுமொரு பெயர் தொல்காப்பியத்தி லிருக்கிறது. இது பழந்தமிழ் மக்களின் கடவுள் பெயர் என்றும் வழங்கப்படுகிறது. கட்டற்ற ஒன்றே கந்தழி என்று சொல்லப்படு கிறது. அழுக்காறு அவா வெகுளி பகைமை முதலிய கட்டுகளைக் கடந்த நிலையே கந்தழி என்பது.

வீடு

தொல்காப்பியத்தில் வீட்டைப் பற்றி விளக்கமான உரைகள் உண்டா என்பது பெரிதுங் கூர்ந்து கூர்ந்து உன்னத் தக்கது. தொல்காப்பியத்தில் அறம் பொருள் இன்பம் என்னும் மூன்றே விளங்க ஓதப்பட்டிருக்கின்றன.

ஈண்டுக் கிளத்திய இவ்விரண்டொரு குறிப்புக்களைக் கொண்டு பழந்தமிழர்களின் சமய நிலையை நீங்கள் அளந்து கொள்ளலாம்.

உயர்வு தாழ்வு

பழந்தமிழர்களிடம் பிறப்பில் உயர்வு தாழ்வு குறிக்கும் சாதி வேற்றுமை கிடையாது. சாதி யென்னுஞ் சொல்லே தமிழ்ச் சொல் லன்று. பெண் மக்கள் உரிமை பழந் தமிழர்களிடை ஆட்சியி லிருந்தது. பிறவற்றை விரிக்கிற் பெருகும். ஆரியர் வருகைக்கு முன்னே - புத்தர் பெருமான் பிறத்தற்கு முன்னே - தமிழ் மக்கள் நிலை இவ்வாறிருந்தது.

புத்தர் காலமும் நாட்டு நிலையும்

இனி மற்றுமுள்ள தமிழ்நூல்களைத் தொடுதற்கு முன், புத்தர் பெருமான் அறநெறி குறித்து இரண்டோர் உரை பகர விரும்புகிறேன். புத்தர்பெருமான் அறநெறி புதுக்க நுழைந்த தற்குக் காரணம் யாது? அறநெறியின் வீழ்ச்சியே காரணமாகும். அக்காலத்தில் கடவுள் பெயரால், சமயத்தின் பெயரால், வேள்வியின் பெயரால் உயிர்க் கொலைகள்

நிகழ்த்தப்பட்டன; குடி பெருகலாயிற்று; மக்களுக்குள் பிறப்பால் உயர்வு தாழ்வு வகுக்கப்பட்டன. மக்களுக்குள் பூசுரர் என்றொரு கூட்டத்தார் கிளம்பினர். அவர்கள் மன்னர்களைத் தங்கள் வயப்படுத்தி மற்ற மக்களை அடிமைப்படுத்திக் கொண்டார்கள். கொலையுங் குடியுஞ் சாதிக் கொடுமையும் யாண்டுங் கடவுள் நெறியாகக் கருதப்பட்டன என்று சுருங்கச் சொல்லலாம். இக் கொடுமைகளை யொழிக்கவே புத்தர்பெருமான் அறக்கிளர்ச்சி செய்து வெற்றி பெற்றார். புத்தர் பெருமான் முயன்று உண்மை ஞானம் பெற்று அறநெறியை அறிவுறுத்தலானார். யாகங்களில் கொலை செய்தல், பிறப்பில் உயர்வு தாழ்வு கருதல் முதலிய கொடுமைகளைத் தொலைத்து, யாண்டும் ஜீவகாருண்யம் சீலம் சமரசம் முதலிய அறங்களை அவர் ஓம்பி வந்தார். இக் கொள்கைகள் மேலே குறிப்பிட்ட பழந்தமிழர் கொள்கைகளுடன் எவ்வளவு தூரம் அரண் செய்கின்றன என்று நீங்களே நினைந்து பாருங்கள்.

2. பத்துப்பாட்டு முதலியன

ஆரியமும் பௌத்தமும்

இனிப் பத்துப்பாட்டு முதலிய நூல்களின்மீது நோக்கஞ் செலுத்துவோம். இந்நூல்களின் காலத்தில் புத்தர் பெருமான் அறநெறி தென்னாட்டில் பரவிற்று. இந்நெறி பரவுதற்குப் பல நூற்றாண்டுகளுக்கு முன்னரே ஆரியருடைய வழக்க ஒழுக்கங்கள் தமிழ்நாட்டில் பரந்து விளையாடி நிலைபெற்றன. ஆரியக் கலப்பு, தொல்காப்பியனார் காலத்திலேயே நேர்ந்ததென்று மேலே சொல்லி யிருக்கிறேன். தமிழ் மக்களிற் பலர் ஆரியருடைய வழக்க ஒழுக்கங்களில் தோய்ந்து கிடந்தார். அவ்வாறு கிடந்த தமிழ் மக்களிடைப் புத்தர் பெருமான் அறவொளியும் படரலாயிற்று. இதை வலியுறுத்த இந்நூல்களில் பல சான்றுகளிருக்கின்றன. ஒவ்வொரு நூலாக எடுத்துச் சான்றுகள் காட்டிச் செல்லக் காலவரை இடந்தாராது. தொகுப்பாகச் சிற்சில கூறிச் செல்கிறேன்.

கலம்பகம்

பத்துப்பாட்டு எட்டுத்தொகை பதினெண்கீழ்க்கணக்கு களில் கொலை கொல்லாமை, கள்ளுண்ணல் கள்ளுண்ணாமை, ஊன் வேள்வி ஊனமில் வேள்வி, பௌத்தப் பள்ளிகள் மற்றச் சமயக் கோயில்கள், பல கடவுளர் வழிபாடுகள் முதலியன சொல்லப் பட்டிருக்கின்றன. தமிழ்நாடு அந்நாளில் பெருங் கலம்பகமாயிருந்தது என்று சுருங்கச் சொல்லாம். ஆனால் அக்கலம்பகத்தால் கலகம் விளையவில்லை.

நாலடியாரும் திருக்குறளும்

நாளடைவில் புத்தர் பெருமான் அறநெறியே நாட்டில் ஓங்கி வளர்ந்தது. பதினெண் கீழ்க்கணக்கின்பாற்பட்ட நாலடியாரும் திருக்குறளும் இக் கருத்தை உறுதிப்படுத்தும். நாலடியாருந் திருக்குறளும் ஊன் வேள்வியையுங் கொலையை யும் எவ்வளவு உரமாகத் தடிந்திருக்கின்றன என்று விரித்து உரைக்க வேண்டுவதில்லை. இதனால் விளங்குவதென்னை? புத்தர் பெருமான் செந்நெறியின் வெற்றியே விளங்குகிறது.

நாலடியாருந் திருக்குறளும் பௌத்த நூல்களா என்னும் ஐயம் ஈங்குள்ள சிலர்க்குப் பிறக்கலாம். சமணமும் பௌத்தமும் அறத்தில் பெரிதும் வேறுபடுவனவல்ல. மிகச் சிறு வேறுபாடு களே யுண்டு. அவ்வேற்றுமைகளை ஈண்டுக் கருதல் அநாவசியம். உயிரைப்பற்றி இருசாரார்க்கும் அடிப்படையான வேற்றுமை யுண்டு. சமணர் உயிருண்மையை வலியுறுத்துவர்; பௌத்தர் அதை மறுப்பர்.

திருவள்ளுவர் சமயம்

நாலடியார் சமண நூலென எல்லாரும் ஏற்றுக் கொள்கி றார். திருக்குறளை ஒவ்வொரு சமயத்தாருந் தத்தஞ் சமயநூல் என்று செப்புகிறார். எனது சிற்றாராய்ச்சியில் திருக்குறள், சமண அறத்தை அடிப்படையாகக் கொண்டெழுந்த பொது நூல் என்று விளங்கியிருக்கிறது. புத்தர் பெருமான் அருளறம் திருக்குற ளில் யாண்டுங் கமழ்ந்து கொண்டிருத்தலே ஈண்டுக் கருதற் பாலது. அறத்தில் சமண பௌத்த சமயங்களில் எவ்வித மயக்க மும் எவருங் கொள்ள வேண்டுவதில்லை.

3. ஐம்பெருங் காப்பியங்கள்

இனி ஐம்பெருங் காப்பியங்களை எடுத்துக்கொள்வோம். இவைகளை ஈங்குக் கால முறைபற்றிக் கொள்ளவில்லை; வழக்கு முறைபற்றியே கொள்கிறேன்.

சிந்தாமணி

சிந்தாமணி சமண நூல் என்பது எவரும் அறிந்ததொன்று. ஆனால், அந்நூற்கண் பௌத்த அறங்கள் இடம் பெறாம லில்லை. அதன்கண் போந்துள்ள அறங்கள் யாவும் பௌத்தத் துக்கு அரண் செய்வனவேயாகும். சமண அறங்களில் பௌத்த அறங்களும் ஒன்றிவிடும்.

சிலப்பதிகாரம் மணிமேகலை என்னும் இரண்டு நூல்களின் நினைவு தோன்றும்போதே எனது உள்ளம் இன்பக் கடலாடு கிறது. அவ்விரண்டு நூல்களையும் ஈன்ற தமிழ்நாட்டை மீண்டுங் காணவேண்டுமென்பது எனது தணியாக் காதல்.

சிலப்பதிகாரம்

சிலப்பதிகாரத்தைச் சமண நூல் என்று ஆராய்ச்சிக்காரர் பலர் கூறுப. மணிமேகலை யென்னும் நூல் சிலப்பதிகாரத்தோடு பெரிதுந் தொடர்புடையது. மணிமேகலை பௌத்த நூல் என்பது வெள்ளிடைமலை. இதனால் சிலப்பதிகாரத்தையும் பௌத்த நூலெனக் கூறுவது பொருத்தமெனச் சில அறிஞர் கருதுகிறார். சிலப்பதிகாரம் சமண நூலாயினுமாக; பௌத்த நூலாயினுமாக. அதன்கண் புத்தர் பெருமான் அருளறம் முற்றும் மலிந்து கிடக்கிறது. பௌத்த தர்மமே சிலப்பதிகாரமென்னும் நாடகத் தமிழ் நூலாக உருக்கொண்ட தென்று நான் கூறுவேன். புத்தர் பெருமான் உலகிற்

கறிவுறுத்திய அறம் சிலப்பதிகாரத்தில் எவ்விடத்தில் பொலியாமலில்லை? கண்ணகியும் கோவலனும் சோழநாடு விடுத்துப் பாண்டி நாடு நோக்கி நடந்த வழிகளையுஞ் சோலைகளையும் காடுகளையும் வருணிக்கப் புகுந்த இளங்கோ அடிகள், அவைகளெல்லாவற்றையும் புத்தர் பெருமான் தர்ம மயமாக்கி விட்டனர். வழிநடை வருணனையிலும் சிலப்பதிகாரத் தில் பௌத்த அறங்கள் ஒழுகி வழிகின்றனவெனில், மற்றப் பகுதி களில் அறநிலைகளை அடுக்கி அடுக்கிக் கூறவும் வேண்டுமா?

மணிமேகலை

மணிமேகலை யெனும் அறநிலையத்தை அணுகுவோம். மணிமேகலை அறநிலையமே. மணிமேகலைச் சொல்லெலாம் அறம்; பொருளெலாம் அறம். மணிமேகலையின் நாடெலாம் அறம்; காடெலாம் அறம். புத்தர் பெருமானைத் தமிழிற் காட்டும் ஒரு மணிநிலையம் மணிமேகலை என்று மொழிகிறேன்.

பௌத்தமும் பூதவாதமும்

மணிமேகலையில் சமயக்கணக்கர் தந்திறங் கேட்ட காதை யென்றொன்றுண்டு. அதன்கண் அந்நாளில் தமிழ் நாட்டில் நிலவிய சமயங்களெல்லாம் மிளிர்கின்றன. அவைகளைக் குறித்து எனது கருத்தை ஈண்டு வெளியிடவேண்டுவது அவசிய மென்று தோன்றவில்லை. ஆனால் பௌத்தத்துக்கும் பூதவாத மெனும் உலகாயதத்துக்கும் வேற்றுமையுண்டா இல்லையா என்பதைப்பற்றி இரண்டோர் உரையாதல் பகராது மேலே செல்ல எனது மனமெழவில்லை. பௌத்தத்துக்கும் பூதவாதத் துக்கும் வேற்றுமையுண்டு. அவ் வேற்றுமையை மணிமேகலை வாயிலாகவே எடுத்துக் காட்டுகிறேன்.

மணிமேகலை அம்மையார் ஒவ்வொரு சமயக் கணக்கரை யும் அவரவர் சமய உண்மையை உரைக்குமாறு கேட்டது போலப் பூதவாதியையும் நோக்கி அவனது கொள்கையைக் கூறுமாறு கேட்டனர். அப்பொழுது பூதவாதி சொற்றது வருமாறு :

பூத வாதியைப் புகனீ யென்னத்
தாதகிப் பூவுங் கட்டியு மிட்டு
மற்றுங் கூட்ட மதுக்களி பிறந்தாங்
குற்றிடும் பூதத் துணர்வு தோன்றிடும்
அவ்வுணர் வவ்வப் பூதத் தழிவுகளின்
வெவ்வேறு பிரியும் பறையோ சையிற்கெடும்
உயிரொடுங் கூட்டிய வுணர்வுடைப் பூதமும்
உயிரில் லாத உணர்வில் பூதமும்
அவ்வப் பூத வழியவை பிறக்கு
மெய்வகை யிதுவே வேறுரை விகற்பமும்
உண்மைப் பொருளு முலோகாயத னுணர்வே
கண்கூ டல்லது கருத்தள வழியும்
இம்மையு மிம்மைப் பயனுமிப் பிறப்பே
பொய்ம்மை மறுமை யுண்டாய் வினைதுய்த்தல்.

இவ்வுரை கேட்ட அம்மையார், புத்த பீடிகையால் நாம் பழம்பிறப்புணர்ந்தது அநுபவத்திலிருக்கிறது. இவரென்ன இம்மையில்லை; மறுமையில்லை; மறுபிறப்பில்லை; கர்ம மில்லை என்று கழறுகிறார் என்று நகைத்தனர்.

என்றலு மெல்லா மார்க்கமுங் கேட்டு
நன்றல வாயினும் நான்மா றுரைக்கிலேன்
பிறந்தமுற் பிறப்பை யெய்தப் பெறுதலின்
அறிந்தோ ருண்டோ வென்றுநக் கிடுதலும்
மணிமேகலை அம்மையார் நகைத்தல் கண்ட உலகாயதன்,
தெய்வ மயக்கினுங் கனாவுறு திறத்தினு
மைய லுறுவார் மனம்வே றாம்வகை
ஐய மன்றி யில்லை யென்றலும்
மீண்டும் அம்மையார் அவனை நோக்கி,
நின்றந்தை தாயரை யனுமானத் தாலல
திந்த ஞாலத் தெவ்வகை யறிவாய்

மெய்யுணர் வின்றிமெய்ப் பொருளுணர் வரிய
ஐய மல்ல திதுசொல் லப்பெறாய்

என்று கூறி அவனுக்கு அறிவு கொளுத்தினர்.

பௌத்தம், உலகாயதம் என்று சிலர் சொல்ல நான் கேட்டிருக்கிறேன். அவர் பௌத்த நூல் ஆராய்ச்சியில்லாதார். நல்வினை தீவினை, இம்மை மறுமை, உயரிய நிர்வாண நிலை முதலியன பௌத்தத்திலுண்டு. இவ்வுண்மை மணிமேகலையை ஒரு முறை வாசிப்போர்க்கும் இனிது புலனாகும். மெய்யுணர்வு விளங்கியதும் பழம்பிறப்புணர்தல் என்பது பௌத்தத்தின் சிறந்த கொள்கைகளுள் ஒன்று.

மணிமேகலைக் காலநிலை

மணிமேகலைக் காலத்தில் தமிழ்நாடு அறஞ்செறிந்த செழிய நாடாக அன்றோ பொலிந்தது? அந்நாட்டை மீண்டுங் காண்பேமா? காண முயலல் வேண்டும். மணிமேகலை நமக்கு வழங்கும் அமுதச் செம்பொருள்களைப் பருகாத மக்கள் மக்களா என்று வினவுகிறேன். மணிமேகலையில் எங்கணும் அறம்; எங்கணும் அன்பு; எங்கணும் அருள். மணிமேகலையில் சாதி கடிதல், பலி யொழித்தல், உயிர்க்கொலை நிறுத்தம் முதலியன யாண்டும் யாண்டும் மிளிர்கின்றன. மணிமேகலையில் ஒப்புர வில்லா இடமுண்டோ? பழம்பிறப்புணர்வோ மணிமேகலை யில் பரந்தொளிர்கிறது. அவ்வற நூலின் மாண்பை என்னென்று சொல்வேன்?

வளையாபதி

இந்நூல் முற்றிலுங் கிடைக்கவில்லை. ஆன்றோர் சிலர் எடுத்துக்காட்டாகக் கொண்ட மிகச் சில பாக்களே நாட்டில் உலவுகின்றன. அச் சில பாக்களிலும் பௌத்த அறம் உயிர் நாடியாக ஓடிக்கொண் டிருக்கிறது.

குண்டலகேசி

குண்டலகேசி பௌத்த காவியம் என்பதில் சிறிதும் ஐய மில்லை. இக் காவியம் முழுவதும் பெறும் பேற்றை இற்றைநாள் தமிழ் மக்களாகிய நாம் இழந்து நிற்கிறோம். குண்டலகேசிக்கு மறுப்பாக எழுந்த நீலகேசி யென்னுஞ் சமண நூல் கொண்டு குண்டலகேசியைப் பௌத்த நூல் என்று நிறுவலாம். இப்பொழுது வழக்கிலுள்ள குண்டலகேசிப் பாக்களில் பழம் பௌத்தம் ஒளிர்வது கண்கூடு. பின்னாளில் அதாவது அறநெறி குன்றிய நாளில், சமணர்கட்கும் பௌத்தர்கட்கும் பெரும் பெருஞ் சமய வாதங்கள் நடந்தமையான், ஈண்டுப் பழம் பௌத்தம் என்று சொல்லலானேன். சமணமும் பௌத்தமும் பின்னாளில் அறமென்னும் உயிர்நாடி யறப்பெற்று, வெறும் பெயர் என்னும் உடலங்களாக மட்டும் நிலவலாயின. ஒவ்வொரு சமயமும் நாளடைவில் உயிர்நாடியற்று உலவுவதாகிறது. காரணம் மக்களிடத்துள்ள குறைபாடே யாகும். இது நிற்க.

4. திருமுறைகள்

இனித் திருமுறைகளை நோக்குவோம். திருமுறை என்றதுஞ் சிலர்க்குக் கலக்கம் உண்டாகலாம்; திருமுறைக் காலந்தானே தமிழ்நாட்டில் பௌத்தத்தைச் செகுத்த காலம் என்று சிலர் கருதலாம். சமயக் கணக்கனாக ஈங்கு நான் நிற்கவில்லையென்று தொடக்கத்திலேயே சொல்லி யிருக்கிறேன். எக்காரணம் பற்றித் திருமுறைக்காரர்கள் பௌத்தத்தைச் சாய்த்தார்கள் என்பது போன்ற ஆராய்ச்சியில் ஈண்டு யான் நண்ணப் போவதில்லை. *m;fhuz« gyKiw gy Él§fËš v‹dhš ngr¥g£oU¡»wJ.;* எழுதப்பட்டிருக்கிறது. எடுத்துக் கொண்ட பொருள் தமிழ் நூல்களில் பௌத்தம் என்பது. திருமுறைகளென்னுந் தமிழ் நூல்களில் பௌத்த தர்மம் எவ்வளவு புகுந்திருக்கிறது என்பதே நமது ஆராய்ச்சிக்குரிய பொருள். அவ்வழி நின்று பணியாற்றுவது எனது கடன்.

ஒவ்வொரு திருமுறையையுந் தனித் தனியாக எடுத்துப் பேசிக் கொண்டு போகக் காலமில்லை. எனக்குக் குறிக்கப் பெற்ற காலவரையும் நெருங்கி என்னை நெருக்கப்போகிறது. இந்நிலை யில் தாலிபுலாக நியாயம்பற்றி இரண்டொன்று குறிப்பதே சால் புடைத்து.

திருஞான சம்பந்தர்

திருஞானசம்பந்த சுவாமிகள் முதலியோர் சமண பௌத்தங் களை மிக உரமாகத் தாக்கி மறுத்திருப்பது உண்மையே. ஆனால் அவர்கள் பௌத்த தர்மத்தைக் கொண்டார்களா இல்லையா எனில், கொண்டார்கள் என்றே யான் விடையிறுப்பேன். திருஞான சம்பந்த சுவாமிகள்,

இன்னவுரு இன்னநிறம்

என்றறிவ தேலரிது நீதிபலவும்
தன்னவுரு வாமென மிகுத்ததவன்
நீதியொடு தானமர்விடம்

என்று தமது இறைவனை, நீதிபலவும் தன்னவுருவாமென மிகுத்த தவன் என்று போற்றி யிருக்கிறார்கள். இக்கருத்து, பௌத்த தர்மத்தை அடிப்படையாகக் கொண்டது என்று நடுநிலையில் நின்று உண்மை ஆய்வோர் எவருங் கூறுவர்.

திருநாவுக்கரசர்

தயாமூல தர்மன் என்னுஞ் செம்மொழி திருநாவுக்கரசு சுவாமிகள் தேவாரத்தில் மிளிர்கிறது. இம்மொழி பௌத்த தர்மத்தை முதலாகக் கொண்டது என்று சொல்ல வேண்டுவ தில்லை. நீதியால் நினைசெய் நெஞ்சே, சீலமும் நோன்பு மாவார், நீதியால் நின்னையல்லால் நினையுமா நினைவி லேனே எனவரூஉஞ் சுவாமிகளின் பிறமொழிகளையும் உற்று நோக்குக.

சுந்தரமூர்த்தி

தாழாதறஞ் செய்ம்மின் என்று சுந்தரமூர்த்தி சுவாமிகள் அறத்தைப் பொருளாக அருளிச் செய்திருக்கிறார்கள். சுந்தர மூர்த்தி சுவாமிகள் வரலாற்றில் பௌத்த சமயத்துக்கு அரண் செய்யத்தக்க வேறு சில குறிப்புகளுமுண்டு. அவையிற்றுள் இரண்டை ஈண்டுச் சிறப்பாகப் பொறிக்கிறேன். ஒன்று, அடிகள் கைலையில் காரிழையார் இருவரைக் காமுற்ற காரணத்தால் இவ்வுலகில் மனிதப் பிறவி யெய்தி அவ்வின்பந் துய்த்தது; இன்னொன்று, அவர் சங்கிலியார் பொருட்டு மகிழ மரத்தடி யில் கூறிய உறுதிமொழியினின்றும் பிறழ்ந்த காரணத்தான், கண்ணிழந்த நாள்தொட்டு ஆண்டவனைச் சீலமே என்றும், பண்ப என்றும் விளித்து விளித்துப் பாடியது. இன்னும் மற்றத் திருமுறைகளிலும் புத்தர் பெருமான்

அறத்தை அறிவுறுத்துஞ் செம்மொழிகள் பலவுண்டு. அவைகளை இங்கே விரிக்கிற் பெருகும்.

ஊமைப் பெண்

மாணிக்கவாசக சுவாமிகள் வரலாற்றில் ஈண்டொன்று நினைவிற்கு வருகிறது. அதாவது மாணிக்க வாசகனார் ஊமைப் பெண்ணைப் பேசவைத்துப் பௌத்தர்களை வாதில் வென்றன ரென்பது. இதற்குச் சான்றாகப் பூசுவதும் வெண்ணீறு என்னுந் திருப்பதிகங் காட்டப்படுகிறது. அப் பதிகத்தில் வினாவிடைகள் பெரிதுமிருக்கின்றன. ஊமைப் பெண் குறிப்பு யாண்டாதல் உண்டா என்று ஆராய்தல் வேண்டும். அக்குறிப்பே அப்பதிகத்தி லில்லை.

வாதவூரடிகள் பௌத்த மதத்தைச் சிலவிடங்களில் தாக்கி யிருத்தல் உண்மை. அத்தாக்குதல் கண்டு பின்னே வந்தவர்கள் பலவிதமாகப் புராணங்கள் எழுதியிருத்தல் வேண்டுமென்று நான் ஊகிக்கிறேன்.

கழுவேற்றிய கதை

திருஞானசம்பந்த சுவாமிகள் சமணர்களைக் கழுவேற்றிய கதையும் இத்தன்மைத்தே. திருஞானசம்பந்தர் சமணர்களைக் கழுவேற்றினார் என்பதற்குப் போதிய அகச்சான்றில்லை. அகச் சான்று கிடைத்தாலன்றி அவ் வரலாற்றை யான் சரித்திர அமைப்பு முறையில் கொள்ளேன். பின்னே எழுதப்பெற்ற புராணங்களைக் கொண்டு பலவாறு பிதற்றல் அறிவுடைமை யாகாது. புராணங்களில் பல திரிபுகள் உண்டு என்பதைக் கவனித்தல் வேண்டும். எடுத்துக்காட்டாக இரண்டொன்று குறிக்கிறேன்.

புராணப் புரட்டு

சங்க இலக்கியங்கள் ஆர்க்காடு என்று சாற்றியிருப்பதைப் புராணங்கள் ஆறுகாடு என்று கொண்டு, ஆறு முனிவர்கள் தவங்கிடந்ததாகக் கதைகட்டி யிருக்கின்றன. ஆர்க்காடு எனில்

ஆத்திமரம் நிரம்பிய காடு என்பது பொருள். அப்பர் சுவாமிகள் சிங்கமே என்று இறைவனை விளித்துப் பாடியிருத்தலைக் கண்ட, பின் வந்த பௌராணிகர்கள் அப்பர் சுவாமிகளை ஆண்டவன் சிங்கமாக விழுங்கினான் என்று எழுதி வைத்தார்கள். அவ்வெழுத்தை ஆதாரமாகக் கொண்டு சிலர் ஓவியம் வரைந் திருக்கிறார்; சிலர் பாடல் பாடியிருக்கிறார்; சிலர் திருவிழா நடாத்துகிறார். ஏறக்குறைய போக்குவரவுச் சாதனங்கள் பெருகி யுள்ள இந்நாளிலேயே பத்திரிகையுலகில் எவ்வளவு திரிபுகளைக் காண்கிறோம்! போதிய சாதனங்களில்லா அந்நாளில் நிகழ்ச்சி முறைகள் திரிபுபடுதல் இயல்பே. அத்திரிபுகளை நம்புவோர் நம்புக. ஆராய்ச்சியுலகம் அவைகளைப் பொருளாக்கொண்டு இடர்ப்படலாகாதென்பதை ஈண்டு வலியுறுத்துகிறேன்.

ஞானசூரியன்

இப்பொழுது ஞானசூரியன் என்றொரு நூல் தமிழ் நாட்டில் உலவுகிறது. அதன் ஆசிரியரை யான் அறிவேன். அந் நூற்கண் திருஞானசம்பந்தர் சமணர்களைக் கழுவேற்றியதைப் பற்றிய குறிப்புப் பொறிக்கப்பட்டிருக்கிறது. அவ்விடத்தில்,

அந்த ணாளர் புரியும் அருமறை
சிந்தை செய்யா அருகர் திறங்களைச்
சிந்த வாது செயத்திரு வுள்ளமே

என்னுந் தேவாரத்திலுள்ள திறங்கள் என்னுஞ் சொல் சிரங்கள் என்று மாற்றப்பட்டிருத்தல் கண்டேன். இளமையில் நான் மனப்பாடஞ் செய்தது தவறோ என்று ஐயுற்று என்னிட முள்ள மூன்று பிரதிகளைத் திறந்து பார்த்தேன். அவைகளில் திறங்கள் என்ற சொல்லே மிளிர்கிறது. வேறிடங்களிலுள்ள ஏடுகளையும் பார்த்தேன். அவைகளிலும் திறங்கள் என்ற சொல்லே காட்சி யளிக்கிறது. மணிமேகலையில் சமயக் கணக்கர் தந்திறம் கேட்ட காதை என்றொன்றிருக்கிறது. இதனால் சமயச் சார்பில் திறம் என்னுஞ் சொல்லாட்சி அற்றைநாளி லிருந்த தாகத் தெரிகிறது.

பின்னே நூலாசிரியரை நேரே கண்டு கேட்டல் வேண்டும் என்று எண்ணிக்கொண்டிருந்தேன். ஒருநாள் வழக்கம்போல அந்நூலாசிரியர் கவளி கமண்டலத்துடன் எனது நிலையம் போந்தார். அன்று அவர் கவளியில் தேவாரத் திருமுறை இருந்தது தான் வியப்பு. இஃதென்ன நூல் என்று கேட்டேன். தேவாரம் என்றார். உடனே அத்தேவாரத்தை வாங்கி இப் பதிப்பிலிருப்பது திறமா சிரமா என்று மிக விரைவுடன் பார்த்தேன். அதன் கண்ணும் திறமென்றே இருத்தல் கண்டேன். அது கண்டு, சுவாமிகளே! ஞானசூரியனில் திறம், சிரமாக மாற்றப்பட்டதன் நோக்கம் என்னை? என்று கேட்டேன். அப்படி யொன்றுமிராதே என்று அவர் பதிலிறுத்தார். உடனே ஞான சூரியனைத் திறந்து அவ்விடத்தைக் குறித்துக் காட்டினேன். இஃது அச்சுப் பிழையாயிருத்தல் வேண்டும். இந்நூல் மலை யாளத்திலும் எழுதப்பட்டிருக்கிறது என்று தமது கவளியைப் பிரித்து அந்நூலை எடுத்துத் திறங்களை என்று அவர் படித்துக் காட்டினார். எனக்கு மலையாள எழுத்துத் தெரியாது. அங்ஙன மாயின் சுவாமிகள் பிழை திருத்தஞ் செய்து பத்திரிகைகட்கு அனுப்புவது அறம் என்று கூறினேன். பின்னை 1அப்பிழை திருத்தம் பத்திரிகைகள் வாயிலாக வெளிவந்தது. அச்சிரம் எனது கண்ணுக்குப் புலனாகாதிருந்தால், திறத்தின் கதியென்ன வாயிருக்கும்? பின்வருவோர்க்கு அது பெருவிருந்தா யிருக்கும்!

பின்னாளில் புத்திபூர்வமாவும் அபுத்திபூர்வமாகவும் பிழை நிகழ்தல் இயல்பு. அப்பிழைபாடுகளைச் சரித்திர உலகிலேற்று வது ஆராய்ச்சிக்காரர் செயலன்று என்று சொல்கிறேன். சரித்திர உலகம் என்பது தனியாக நிற்பது. அதற்குத் துணை செய்யுங் கருவிகளுஞ் சான்றுகளுமே கொள்ளற்பாலன. சரித்திர உலகிற்கும் ஆராய்ச்சி உலகிற்கும் அடங்காது கடனாற்றுவோரைப் பற்றி நாம் கவலையுற வேண்டுவதில்லை.

பெரியபுராணம்

திருமுறைகளுள் இறுதியது பெரியபுராணம். இப் புராணத் துள்ளும் பௌத்த தர்மம் நுழைந்திருக்கிறது. இப்புராணம் வேள்வியை ஊனமில் வேள்வி என்று புகல்கிறது. ஊன் வேள் வியை ஊனமில் வேள்வியாகச் செய்தது எது? புத்தர் பெருமான் அறமன்றோ? திருமுறைகள் பௌத்த மதத் தத்துவங் களை மறுத்துரைப்பினும், பௌத்த சீலங்களை ஏற்றுக்கொண் டிருத்தல் கருதத்தக்கது.

5. கம்பராமாயணம்

கம்பராமாயணத்தைத் தனியாக மேலே குறிப்பிட்டிருக் கிறேன். கம்பராமாயண காலத்தை ஒரு தனிக்காலமென்று கூறுவது மிகையாகாது. வடமொழியும் தென்மொழியும் தமிழ்நாட்டில் முழுஆக்கம் பெற்றிருந்த காலத்தில் கம்பர் புலவராக விளங்கினவர். இருமொழி நாகரிகக் குறிப்புக்களையுங் கம்பராமாயணத்தில் பரக்கக் காணலாம். கம்பர் சமண பௌத்த காவியங்களை நன்கு பயின்றிருந்தார் என்பதற்கு அவர் இராமா யணத்தில் பல சான்றுகளுண்டு. அவைகளுள் சிலவற்றையாதல் உங்கள்முன் கிளத்த நேரமில்லை. இரண்டொரு குறிப்பை மட்டும் உங்கள் முன் கிளத்துகிறேன். சீதா தேவியாரை இராவணன் தூக்கிச் சென்ற முறையை வான்மீகி எவ்வாறு சொல்லியிருக் கிறார்? கம்பர் எவ்வாறு சொல்லியிருக்கிறார்? சகோதரிகளே! சகோதரர்களே! சிந்தியுங்கள். பெண்ணை இழிவுபடுத்தக் கம்பர் நெஞ்சம் எழ வில்லை. இம்மாற்றத்துக்குக் காரணம் யாது? கம்பர் உளத்திற் புகுந்துள்ள தமிழ் பௌத்த அறமேயென்று யான் சொல்வேன். மற்றுமொன்று கூற விரும்புகிறேன். வான்மீகி இராமாயணம், இராமன் சீதை முதலியோர் புலால் உண்டதாக உரைக்கிறது. கம்பராமாயணம் அங்ஙனம் அறையவில்லை. இதற்கு என்ன காரணம்? மேற்சொற்ற காரணமே. பௌத்த அறம் தமிழ் நூல்களில் புகுந்து செய்யும் நலத்தை என்னென்று நவில்வேன்?

6. புராணங்கள்

இனிப் புராண காலத்தின்மீது புந்தி செலுத்துவோம். புராண உலகந் தோன்றிய காரணத்தை உற்றுநோக்கல் வேண்டும். புராண உலகத் தோற்றத்துக்குக் காரணமாக நின்றது பௌத்த மதமேயாகும். சாதாரண மக்கட்குப் பௌத்த தர்மம் பயன்படும் பொருட்டுப் புத்தர் ஜாதகக் கதைகள் எழுதப்பட்டன. அவைகள் மக்கள் உள்ளத்தைக் கவர்ந்தன. கதைகள் பெரும்பான்மையோர் நெஞ்சைக் கவர்வது இயல்பு. ஜாதகக் கதைகளால் விளையும் பயன்களைக் கண்ட ஆரியர்கள் புராணக் கதைகளை எழுதி னார்கள். அப்புராணங்கள் பின்னே தமிழுலகிலும் புகுந்தன. புராணக் கதைகள் அவ்வக்கால மக்கள் மனோநிலைக் கேற்ற வண்ணம் புனையப்படுவன. ஆதலால், கதைகளின் அமைப்பு எங்ஙன மாயினுமாக. அப்புராண உலகம் பௌத்த தர்மத்தை ஏற்றுக்கொண்டதா இல்லையா என்பதே ஈண்டுவேண்டற் பாலது. புராணங்களில் கொல்லாமை, ஐம்பொறியடக்கல், பொறுமை, இரக்கம், தவம், அன்பு, அறிவு, மெய் என்னும் எட்டு மலர்களை அடிப்படையாகக் கொண்ட கதைகள் பல காணலாம். முப்பத் திரண்டு அறங்கள் யாண்டிருந்து முளைத்தன? உயிர்கட்கு உதவல் என்னுங் கருத்துக்கே பிறப்பிடம் பௌத்த மதமென்று நான் உறுதியாக நம்புகிறேன். அக்கருத்து, பின்னே பல சமயங்களில் நுழைந்தது. கொல்லாமை ஜீவகாருண்யம் முதலியன எங்கெங்குள்ளனவோ ஆங்காங் கெல்லாம் பௌத்த தர்மமுண்டெனக் கொள்க. புராணங்களில் அறவொழுக்கப் பாக்கள் அளவின்றிக் கிடக்கின்றன. அவை யாவும் பௌத்த மதத்தின் செல்வாக்கைக் குறிப்பன என்பது எனது உள்ளக் கிடக்கை.

அறமே மறங்கண் முழுதழிக்கும்
அறமே கடவு ளுலகேற்றும்
அறமே சிவனுக் கொருவடிவம்
ஆகுஞ் சிவனை வழிபடுவோர்க்
கறமே யெல்லாப் பெரும்பயனும்
அளிக்கும் யார்க்கும் எவ்விடத்தும்
அறமே யச்சந் தவிர்ப்பதென
அறைந்தான் சாதா தபமுனிவன்

தருமமே யுலகம் போற்றச் சகலகா ரணம தாகுந்
தருமமே யழியா தென்றுந் தாபர மாகி நிற்குந்
தருமமே தனைவேட் டோர்க்குச் சவுக்கிய மனைத்துநல்குந்
தருமமே முத்தி சேருஞ் சாதன மென்றுட் கொள்வான்.

இப்புராணப் பாடல்களை நோக்குக. அறவொழுக்கத்துக்கு மாறுபட்ட புராணங்களுஞ் சிலவுண்டு. அவை அறம் பொலி யாத நெஞ்சுடைய மறவோரால் எழுதப்பட்டன என்று யான் சொல்வேன்.

7. பிற்பட்ட நூல்கள்

பிற்பட்ட நூல்களின் பெயர்களில் சிலவற்றையாதல் குறிப் பிடவும் அஞ்சுகிறேன். குறிக்கப்பெற்ற காலவரை நெருங்கி விட்டது. தாயுமான சுவாமிகள், இராமலிங்க சுவாமிகள் முதலிய வர்கள் பாக்களில் புத்தர் பெருமான் எழுந்தருளியிருத்தல் கண்கூடு.

கொல்லாமை எத்தனைக் குணக்கேட்டை நீக்கும்
கொல்லா விரதங் குவலயமெல் லாமோங்க
எல்லார்க்குஞ் சொல்லுவ தென்னிச்சை பராபரமே
கொல்லா விரதமொன்று கொண்டவரே நல்லோர்மற்
றல்லாதார் யாரோ அறியேன் பராபரமே
எல்லாரு மின்புற் றிருக்க நினைப்பதுவே
அல்லாமல் வேறொன் றறியேன் பராபரமே
கொலைகளவு கட்காமங் கோபம்விட் டாலன்றோ
மலையிலக்கா நின்னருள்தான் வாய்க்கும் பராபரமே

எனவரூவுந் தாயுமானார் திருவாக்குகளை நோக்குக. அவைகளில் பௌத்த தர்மம் தாண்டவம் புரிவதைக் காண்க.

இராமலிங்க சுவாமிகள் ஆண்டவனை அருகர் புத்தராதி என்பேன் என்று, வெளிப்படையாகக் கூறியிருக்கிறார்கள். அக் கருத்தடங்கிய பாடல் வருமாறு:-

பெருகியபே ரருளுடையா ரம்பலத்தே நடிக்கும்
பெருந்தகையென் கணவர்திருப் பேர்புகலென்
கின்றாய்

அருகர்புத்த ராதியென்பேன் அயனென்பே னாரா
யணனென்பேன் அரனென்பே னாதிசிவ னென்பேன்
பருகுசதா சிவமென்பேன் சத்திசிவ மென்பேன்
பரமமென்பேன் பிரமமென்பேன் பரபிரம மென்பேன்
துருவுசுத்த பிரமமென்பேன் துரியநிரை வென்பேன்
சுத்தசிவ மென்பனிவை சித்துவிளை யாட்டே.

பௌத்தமும் ஹிந்து மதமும்

சகோதரிகளே! சகோதரர்களே! இன்னும் உங்கள் அரிய காலத்தைக் கொள்ளையிட விரும்புகிறேனில்லை. இப்பொழுது உலகம் சமரசத்தை விரும்புகிறது. அச்சமரசத்துக்குப் பௌத்தத் தின் துணை இன்றியமையாதது. பௌத்த தர்மம் எச்சமயத்தி லில்லை? எல்லாச் சமயங்களிலும் அது நுழைந்திருக்கிறது.

சிராத்தம்

ஹிந்து மதத்தில் பௌத்த தர்மங்கள் பல நுழைந்திருக் கின்றன. சிராத்த காலங்களில் கன்றுக்கால்கள் முள்ளம்பன்றி முதலியன பயன்படுத்தப்பட்டு வந்தன. இப்பொழுது அவைக ளிடத்தில் வாழைத்தண்டு பலாக்காய் முதலியன புகுந்திருக் கின்றன. இம் மாற்றத்துக்குக் காரணம் யாது? பௌத்த தர்மமே யாகும்.

கோயில்கள்

சைவம் வைணவம் என்னும் மதங்களின் சார்பாகப் பின் னாளில் அமைந்துள்ள கோயில்கள் முதலியனவும் பௌத்தத் தினின்றும் அரும்பின என்று ஆராய்ச்சிக்காரர் கூறுகிறார். ஈண்டுத் தலைமை வகித்துள்ள பெரியார் இற்றைக்கு இருபத்தைந் தாண்டுகட்கு முன்னர் இராயப்பேட்டையில் நிகழ்த்திய சொற்பொழிவொன்றில், அரங்கநாதர் புத்தரே என்று விளக்கிக் காட்டினார். அப்பொழுது யானும் அச்சொற்

பொழிவைச் செவி மடுத்தேன். சைவ வைணவாலயங்களின் பிற்கால அமைப்பு, புத்தருக்கு முன்னர் இருந்ததென்று தெரிய வில்லை. வேத காலத்தில் தற்போதைய ஆலய வழிபாடில்லை என்பது வெள்ளிடைமலை.

சிவபிரான் கோயில்களின் விழாக்களை உற்றுநோக்கி ஆய்ந்தால், புத்தர் வாழ்வு செவ்விதிற் புலனாகும். சென்ற திங்கள் திருமயிலையில் கபாலீச்சுரத்தில் பத்து நாள் திருவிழா நடைபெற்றது. அதில் தேர்விழா முதலியன நடைபெற்ற பின்னைப் பிச்சாண்டி சேவை யென்றொன்று நடைபெறுகிறது. அஃது அறிவுறுத்துவதென்னை? கௌதமர் அரசவாழ்வு நீத்து நிர்வாணநிலை யெய்தியதை யன்றோ அறிவுறுத்துகிறது? பிச்சாண்டி சேவைக்கு முந்திய சேவைகள் புத்த பெருமானின் முன்னைய அரச நிலையை அறிவிப்பன. பிச்சாண்டி சேவை அவரது பின்னைய அறநிலையைத் தெரிவிப்பது. இவ்வாறு பௌத்தம் பல துறைகளிலும் ஹிந்து மதத்தில் நுழைந்திருக் கிறது.

மகாத்மா காந்தி

ஆனால் ஹிந்து மதத்தில் நுழைந்த அறநுட்பங்கள் பல இந்நாளில் போலியாய்விட்டன. எனவே, மீண்டும், பழம் பௌத்த தர்மந் தேவையென்று நான் சொல்ல வேண்டுவ தில்லை. பௌத்தம் இந்தியாவினின்றும் துரத்தப்பட்டது என்று சிலர் சொல்கிறார். அது முற்றிலுந் தவறு. பௌத்தம் ஹிந்து மதத்தில் நுழைந்தேயுள்ளது. ஹிந்து மதத்திலுள்ள குப்பை களைத் தொலைக்கவே பௌத்தம் தோன்றிற்று. சமணமும் பௌத்தமும் ஹிந்து மதத்துடன் பிணக்குறுவனவல்ல என்றும், சமணமும் பௌத்தமும் ஹிந்து மதத்தைப் போதியளவு சீர்திருத்தின என்றும், பௌத்தம் அகத்தூய்மையை நேர்மை வழியில் வலியுறுத்திற்று என்றும், பௌத்தம் அகத்தூய்மைக் குரிய தென்றும், அது போலிச் செருக்குயர்வுகளைக் களைந்த தென்றும் மகாத்மா காந்தி பன்முறை கூறியிருக்கிறார்.

கடவுள்

கடவுளைப் பற்றி ஹிந்து மதத்துக்கும் பௌத்தத்துக்கும் பிணக்குண்டு என்று சொல்லப்படுகிறது. ஹிந்துக்கள் சிவபெருமா னையும் திருமாலையும் வழிபடுவது போலப் பௌத்தர்களும் புத்தரை வழிபடுகிறார்கள். ஆனால் ஹிந்துக்கள் கடவுளைப் படைப்பாதிப் தொழில் புரியும் ஒன்றாகக் கொள்கிறார்கள். பௌத்தர்களோ கடவுளை அவ்வாறாகக் கொள்வதில்லை. அவர்கள் கடவுள் என்பதை அறமாகக் கொள்கிறார்கள். இத் தத்துவ முறையிலுள்ள வேற்றுமைகளைச் சமய வாதிகளுக்கு விட்டுவிடலாம். அவைகளைப் பற்றி ஈண்டு விரித்தலே வீணாகும். கடவுள் ஐந்தொழில் புரிவதாயினுமாக; அறமாயினு மாக. வேண்டற்பாலது அகத்தூய்மை. புத்தர் பெருமான் திருவுருவம் அகத்தூய்மைக்குரிய அறத்தை நினைவூட்டும் ஓர் அறிகுறி என்பதே ஈண்டுக் கருதற்பாலது. இப்பொழுது மறந்தேய்ந்து அறம் வளரல் வேண்டும். அவ்வற வளர்ச்சிக்குப் பழம் பௌத்தம் பெருந்துணை என்பதில் ஐயமில்லை.

தொண்டர்களின் இயல்

பௌத்த அறத்தை வளர்க்கப் புகுந் தொண்டர்கள் பகைமை பொறாமை முதலிய எரிகள் கனன்றெழா முறையில் சேவை செய்தல் வேண்டும். பிற சமயத்தார் மனம் புண்படு முறை யில் எவருந் தொண்டாற்றலாகாது. விலங்கு நீர்மையினின்றும் விலகி மெய்யறிவு விளங்கப்பெறுவதே பௌத்தம் என்பது. பௌத்தம் என்பது, பகைமை பொறாமை முதலிய பேய் நீர்மைக ளினின்றுங் கடந் தொளிர்வது. அத்தகைய ஒன்றைப் பகைமை பொறாமையிற் படுத்தலாகாது. சமரச வுணர்வும், அறவுணர்வுங் கொண்ட பௌத்த தர்மப் பிரசாரம் இப்பொழுது வேண்டும்; வேண்டும். அத்தொண்டாற்ற எழுங்கள்; எழுங்கள்.

எனக்குத் தந்த காலவரை சிறிது கடந்தும் விட்டது. அன்பர் களே! இதுகாறும் பொறுமையுடன் எனது புன் மொழிகளைச்

செவிமடுத்த உங்களுக்கு எனது வணக்கம். எனது பேச்சில் குற்றங் குறைகளிருக்கலாம்; கருத்து வேற்றுமைகளு மிருக்கலாம். யான் மனிதன்; தவறுதலுக்கு ஆளாவோன்; மன்னிக்குமாறு வேண்டு கிறேன்.

முற்றும்.

★ ★ ★